அனாமிகா

அண்ணாமலை

சமர்ப்பணம்

எங்கும் நிறைந்து இருக்கும்

இறைவனுக்கு.....

பொருளடக்கம்

முன்னுரை

இது என் முதல் கதை.

கல்லூரி நாட்களில் எழுதிய எத்தனையோ எழுத்துக்கள் காலப்போக்கில் காணாமல் போய்விட்டன.

அச்சுப் பிரதிக்கு தயாராகும் என் முதல் கதை இது.

இது Reverse Narration என்று சொல்லப்படும் பின் நோக்கி கதை எழுதுதல் முறையில் எழுதப்பட்டு இருக்கிறது.

வாசகர்களுக்கு இது புதிய முறையாக இருக்கலாம்.

தங்களின் விமர்சனத்தை annaalamu@outlook.com என்ற என் மின்னஞ்சலுக்கு தெரிவியுங்கள்.

புரிதலுக்கு எளியதாக இருப்பின் இக்கதை பின் நோக்கி எழுதுதல் முறைக்கு ஆதியாகவும், கடினமாக இருப்பின் அந்தமாகவும் இருக்கும்.

தமிழ் படிக்கும் நெஞ்சங்களுக்கு என் நன்றிகள்

நன்றி

இதை வாசிக்க துவங்கிய உங்களுக்கும் ...
ஊக்குவித்து என்னை எழுத வைத்த அனைவருக்கும்
...

1

இன்று

மரணம்...

அதன் ஒவ்வொரு எழுத்துகளையும் அனுபவிக்க தயாராகிக் கொண்டிருக்கிறேன்!

இன்னும் ஒரு சில நொடிகளில் 72ல் துடித்துக்கொண்டிருக்கும் என் இதயம்..

கிரிஸ்கெயிலின் சென்சுரியை விட வேகமாக துடிக்கலாம்..

வேகமாக துடிக்கும் போது தான் தெரிகிறது,

என் இதயம் என்னிடம் தான் இருக்கிறது என்று.

சரியாக ஓர் ஆண்டுக்கு முன் அதை நான் அனாமிகாவிடம் தொலைத்திருந்தேன்.

நான் இதயமற்றவனாய் இருப்பதை அவள் விரும்பவில்லை போல,

அதனால் தான் என்னிடமே அதைக் கொடுத்து விட்டாள்.

இதற்கு மேல் அவளால் போராட முடியவில்லை.

வருவதை எதிர் கொண்டு வாழ்பவனும்

வருவதைக் கொண்டு வாழ்பவளும் காதலித்தால்

இது தான் நடக்கும்.

பயத்தோடு வாழ்ந்து கொண்டிருக்கும் அவளுக்கு

இதற்கு மேல் என்னால் தைரியம் தர இயலவில்லை.

சொல்லப்போனால் இது என்னுடைய தோல்வி தான்

அவள் சொன்ன வார்த்தைகள் இன்னும் என் காதில் ஒலித்துக்-கொண்டிருக்கின்றன

"என்னால் என் தந்தையை மீற முடியவில்லை"
படுபாவி இப்பொழுதும் இதையே சொல்லிக் கொண்டிருக்கிறாள்.
அவளால் அவள் தந்தையை மீற முடியவில்லை
என்னால் அவளை மீற முடியவில்லை.
ஒரு நல்ல போராளி நான்
அவளுக்காகவும் போராட தயாராய் இருந்தேன்
அவள் தான் என்னோடு நிற்கத் தயாராக இல்லை
அவளை நான் ஒரு போதும் குற்றம் சொல்ல மாட்டேன்
அவள் எனக்காகத்தான் இவ்வளவுதூரம் வந்தாள்.
நான் அவள் வாழ்வில் இல்லை எனத் தெரிந்தும்
எனக்காக அவள் செய்த தியாகங்கள் எத்தனையோ
பெண்கள் இந்த உலகத்தில் கட்டுப்பட்டு உள்ளார்கள்
சொல்லப்போனால் பெற்றோர்களால் கட்டப்பட்டு உள்ளார்கள்
தியாகம் எனும் சொல் காதலுக்கே பொருந்தும்
இறுதியில் அது தன்னைத் தானே தியாகம் செய்துவிடுகிறது.
திருமணங்கள் சொர்க்கத்தில் நிச்சயிக்கப்படுவதில்லை
பல காதலர்களின் காதலை அஸ்திவாரமாக்கப்பட்டு நிச்சயிக்கப்படு-
கிறது
அப்படிப்பட்ட அஸ்திவாரமாக ஆக்கப்பட்டது தான் எங்கள் காத-
லும்.
- - - -

2

30

நிமிடங்களுக்குமுன்

❦

ஷ்ரேயா கோஷல் குரலில் ராபதாவை பாடிக்கொண்டிருக்கிறது என் அழைபேசி.

அவளுக்காக என் ஆன்ட்ராய்டில் ப்ரத்யேகமாக வைக்கப்பட்டுள்ள அழைப்பிசை அது.

ஒவ்வொரு முறையும் பூபாளமாய் ஒலித்த அந்த பாடல்

அன்று எங்கள் உரையாடல்களின் கண்ணீர் அஞ்சலி ஆகவும்

தொடுதிரையில் நான் அழுத்திய பச்சை பிம்பம்

காதலின் முற்றுப்புள்ளியாகவும் மாறிப்போனது.

பெறுமுனையில் நான்

மறுமுனையில் அவள்

"சொல்லுடா " என்றேன்

அழுதாள்...

அழுதுகொண்டே 120 வினாடிகளைக் கண்ணீரால் கடந்தாள்

கண்ணீர் வற்றிவிட்டதும் வார்த்தைகளால் அழுத்துவங்கினாள்..

பேசினாள்-

சற்று தேம்பி தேம்பி அழுத குரலில்..

"என்ன மன்னிச்சிருங்க."

- அவளை நான் எத்தனையோ பெயர் சொல்லி அழைத்திருக்கிறேன்

ஆனால் அவளோ என்னை ஒருமுறை கூட பெயர் சொல்லி அழைத்ததில்லை.

சொல்லப்போனால் ஒரு முறை கூட அவள் என் பெயர் சொல்லி நான் கேட்ட தில்லை.

எப்பொழுதும் அவள் வாங்க போங்க சொல்லுங்க என்று உரிமையும் மரியாதையுடனும் தான் அழைப்பாள்.

எத்தனையோ முறை நான் பெயர் சொல்லச் சொல்லியும் அவள் கேட்டதில்லை.

அவள் அப்படி அழைப்பது எனக்கும் பிடித்திருந்ததால் விட்டு விட்-டேன்

அவள் சொல்வது புரியாமல் கேட்டேன்

"என்னடா ஆச்சு?"

கண்ணீரோடு மீண்டும் துவங்கினாள்

"அப்பா இன்னைக்கு மறுபடியும் சந்தோஷ் வீட்டுக்கு கூட்டிடு போனாங்க

அப்பா அவன் சித்தி எல்லாரோட முன்னடியும் கேட்டாங்க

என்னால மறுக்க முடியல

நான் சரினு சொல்லிட்டேன்

சந்தோஷ் என் நம்பரும் வாங்கிட்டான்

என்னால கொடுக்காம இருக்கமுடியல

புரிஞ்சுகோங்க என்ன"

மீண்டும் கண்ணீர்

என்னை முழுமையாக புரிந்து கொண்டவள் அவள்.

என்னை பீனிக்ஸ் என்று அழைப்பாள்.

எப்பேர்ப்பட்ட ப்ரச்சனையும் நான் கடப்பவன் என்று அவளுக்குத் தெரியும்

அவளின் இழப்பையும் நான் கடந்து விடுவேன் என்று புரிந்து இருந்-தாள் போல..

அவள் சொல்வதை கேட்க கேட்க எனக்கு ஒன்றும் புரியவில்லை.

" உனக்கு கொஞ்சம் கூட வாய்ப்பே கிடைக்கலையா...

என்ன பத்தி சொல்லிருக்கலாம்ல?

இல்லனா ஏதாவது சொல்லி சமாளிச்சிருகலாம்ல...

விளையாட்டுதனமா சொல்ற!!!

வாழ்க்கைடா...

இதுக்காகவா நாம காதலிச்சோம்?

இதுக்காகவா நான் இவ்ளோ தூரம் உன்னவிட்டுட்டு வந்து இங்க இருக்கேன்??

சரி நீ ஒன்னும் கவலைப்படாத

நான் நாளைக்கு நாக்பூர் வரேன்

உன் அப்பாகிட்ட பேசுரேன்"

"வேண்டாங்க...

இனிமேல் எதுவும் பண்ணமுடியாது.

அப்பா வாக்கு கொடுத்துட்டாங்க

என்னால் எங்க அப்பாவ மீற முடியாது...

அதான் நான் ஆரம்பதுலயே வேண்டாம்னு சொன்னேன்...

இப்போ அக்காவோட ப்ரச்சனை வேற.

நான் எதுவுமே இப்ப பேச முடியாது

என்னால எங்க அப்பாவ மீறி எதுவும் பேச முடியல"

"ஏன்ட இப்படி பேசுர?

உனக்கு என்னோட வாழ பிடிக்கலையா??

நீ இல்லாம் என்னால இருக்க முடியும்னு நினைக்கிறயா?"

"எல்லாம் தெரிஞ்ச நீங்களே இப்படிப் பேசலமா??

நீங்க என்ன எவ்ளோ சந்தோஷமா வச்சுகுவீங்கனு எனக்கு தெரியும்.

ஆனா உங்களுக்கு வரப்போற மனைவி என்ன விட சந்தோஷமா இருப்பா

எனக்கு அன்பு காதல்னா என்னனு சொல்லிக்கொடுத்தது நீங்க தானே...

உங்கள யாருக்காவது புடிக்காம இருக்குமா?

நானே விழுந்துட்டேன். உங்க சிரிப்புக்கு விழாத பொண்ணு இனி-மேல் பிறந்தாதான் உண்டு .உங்கள விட யாரும் இந்த உலகத்துல இவ்-வளவு அன்பா காதலா பாசமா இருக்க முடியாது. நீங்க யாரையும் வெறுக்க மாட்டிங்க எனக்கு தான் கொடுத்து வைக்கல

எனக்காக நீங்க கல்யாணம் பண்ணிக்கோங்க.

காலப்போக்குல நீங்க என்ன மறந்துடுவீங்க

நான் இனி மேல் உங்க வாழ்க்கைல இல்ல..."

"நீரொம்ப தெளிவா இருக்க அனாமிகா..

நான் இன்னும் அப்படியே தான் இருக்கேன்.

முடிஞ்சா மனசு மாறி கல்யாணம் பண்ணிக்கிறேன்.''

அழைப்பை அணைத்து விட்டேன். அழைப்போடு அத்தனையும் அறுந்துவிட்டது.

நான் எதிர்பார்த்த முடிவுதான்.

ஆனால் எதிர்பாராத நேரத்தில் வந்து விட்டது.

இதயத்துடிப்போ கிறிஸ்கெயிலின் சதம் போல ஏறிக்கொண்டே போகிறது.

3

16 மணி நேரங்களுக்கு முன்

இடம் சென்னை பெருங்களத்தூர்,

தஞ்சாவூருக்கு செல்லும் பேருந்திற்காய் காத்திருக்கிறேன். போகின்ற வழியில் பாபனாசத்தில் இறங்கிக்கொள்ளலாம்.

மெதுவாக வந்தது விரைவுப் பேருந்து.

கால தாமதம் என் வாழ்வில் அனைத்து விஷயங்களிலும் நடக்கும் ஒன்று.

பத்து மணிக்கு வர வேண்டிய வண்டி பதினோறு மணிக்கு பக்காவாக வந்தது.

பேருந்தின் வருகையும் என் அழைபேசியில் ராபதாவின் ஒலிக்கை-யும் சரியாக இருந்தது.

அழைப்பை எடுத்தபடி

"ரெண்டு நிமிஷம் லைன்ல இருடா. பஸ் வந்துருச்சு. உள்ள போய்ட்டு பேசுறேன்."

இரண்டு நிமிடம் கழித்து

"சொல்லுடா... என்னாச்சு?"

"வந்தவன் பேரு சந்தோஷ்

எனக்கு புடிக்கல.

சின்ன பையனா இருக்கான்.

இன்ஃபொலிஸ்ல ட்ரெய்னீயாம்.

இப்போ மைசூர்ல இருக்கானாம்.

அப்பரம் புனே வந்துருவானாம்.

மெச்சூரிட்டி இல்ல.

அப்பா காசதான் செலவு பண்றான். எனக்கு தம்பி மாதிரி இருக்-
கான்.

அவனுக்கு பிசினஸ் பண்ணனுமாம். எங்க வீட்ல எல்லாருக்கும்
புடிச்சுருக்கு. எனக்குத்தான் புடிக்கலை.''

''அப்பாகிட்ட சொல்லிட்டியா புடிக்கலைனு?''

''மெச்சூரிட்டி இல்லைனு சொன்னேன். அதுக்கு அவங்க ,அப்ப-
டின்னா ரெண்டாந்தாரமா தான் கல்யாணம் பண்ணிக்கொடுக்கணும்னு
சொல்றாங்க''

''சரி நம்மல பத்தியாவது பேசுனியா?''

''அதுக்கும் ஒரு ப்ரச்சனை வந்துருச்சு. அக்காவ கல்யாணம் பண்-
ணிக்கொடுத்தோம்ல. அவங்க காமிச்ச வீடு வாசல்லாம் அவங்க மாமா-
வோடதாம். அவங்களோடது இல்லையாம்.

இப்ப அக்காவ வேலைக்குப் போகச்சொல்லி டார்ச்சர் பண்றாங்க.
அப்பாவுக்கு லேசா நெஞ்சு வலி வேற.

என்னால பேச முடியலங்க

சரி அதவிடுங்க .பஸ்ல விண்டோ சீட் தானே? காத்து வருதா?
இல்லைனா உங்களுக்கு. வியர்வை வந்து சளிப்பிடிக்கும் ''

''விண்டோ சீட் தான். 16 ல இருக்கேன். அப்பா இப்போ தான்
பேசினாங்க. ஒரு பொண்ணு ஜாதகம் பொருந்திருக்கு. நாளைக்கு வா
பேசலாம்னு சொன்னாங்க.

நான் நம்மல பத்தி பேசிட போறேன்.''

''அவசரபடாதீங்க. எனக்காக இப்போ எதையும் பேச வேண்டாம்.
என்ன நம்பாதீங்க. என்னால எங்க அப்ப கிட்ட பேசுரதே கஷ்டம்.''

''இப்படியே போனா என்னடா பண்றது?''

''விதி என்ன நடக்க போகுதோ அது நடக்கட்டும். ஆமா உங்க
உள்ளுணர்வு என்ன சொல்லுது''

சற்று ஏதோ யோசித்தவன். சட்டென சொன்னேன்.

''ஏதோ நடக்கப்போகுதுன்னு சொல்லுது''

அண்ணாமலை

4

60 நாட்களுக்கு முன்

இடம் மராட்டிய மாநிலம், நாக்பூர்.

நான் இங்கு பணி புரியும் கடைசி நாள். அலுவலகத்திற்கு வரும்போதே அனைத்து சாமன்களையும் எனது காருக்குள் வைத்துக் கொண்டே வந்துவிட்டேன்.

ரிலீவிங் ஆர்டர் வாங்கிய உடன் நேராக அங்கிருந்தே சென்னைக்கு கிளம்பி விடலாம் என்று.

அனைவரின் முகத்திலும் சோகம். ஆனால் என்னுள்ளே சந்தோஷம்.

இதைவிட இரட்டிப்பு சம்பளத்தில் வேலை.

எம்.என்.சி வேறு.

பதவி உயர்வு.

இதையெல்லாம் விட அனாமிகாவின் அப்பாவிடம் பேசிப் பார்க்கலாம்.

முடியாது என்றால் அவளை சென்னைக்கு கூட்டிக் கொண்டு போய் விடலாம்.

அதை இங்கிருந்து செய்ய முடியாது. இருவருக்கும் ஒரே அலுவலகம்.

தவிர இந்த ஊரில் இருந்து கொண்டு இவ்வளவு ரிஸ்க் எடுக்கவும் முடியாது.

அலுவலகத்தில் அவளைத்தான் தேடிக் கொண்டிருந்தேன்.

அதோ அனாமிகா. அவளுக்கு பிடித்த உடையில் நான்.

எனக்கு பிடித்த உடையில் அவள்.

வழக்கம் போல் நோட்டுக்கை எடுத்துக் கொண்டு நோட்ஸ் எடுப்ப-தற்கு வருவது போல் என் அருகில் வந்தாள்.

"எல்லா சாமனையும் பேக் பண்ணீட்டிங்களா??"

"பண்ணியாச்சுப்பா"

"ட்ரைவர்?"

"இல்லடா. நானும் விக்னேஷம் தான் ட்ரைவ் பண்ணப்போறோம்"

கண்கள் சிவக்க என்னை விழிகளுக்குள் கசக்கி எடுத்தாள்.

"சொன்னா கேக்கமாட்டிங்களா? இங்க இருந்து சென்னை வரைக்-கும் எப்படி ட்ரைவ் பண்ணுவீங்க?"

"அனா.. அதெல்லாம் ஒன்னும் சிக்கல் இல்லடா 14 மணி நேரம் தான் ஃபுல் ஹைவே ".

நாளைக்கு மத்தியானம் அங்க இருப்பேன்

தீபாவளிக்கூட கார்ல தானே ஊருக்கு போய்ட்டு வந்தேன்.

ஒன்னும் ப்ரச்சனை இல்லடா நீ கவலைப்படாதே"

"இன்னும் ஒரு வாரத்துக்கு அப்பறம் ரிலீவிங் வாங்கலாம்ல."

"ஏய் என்ன இது. அங்க போன உடனே உன்ன கூட்டி கிட்டு போக போறேன்.

உங்க அக்கா கல்யாணம் இன்னும் ஒரு மாசத்துல.

அப்பறம் நான் வந்து உங்க அப்பா கிட்ட பேசுறேன்.

முடியலனா அடுத்து என்ன பண்றதுன்னு யோசிப்போம்"

சற்று அமைதியாய் இருந்தவள் ஏதோ யோசித்து பின்பு சொன்னாள்.

"எனக்கு என்னவோ நான் உங்கள இப்ப தான் கடைசியா பாக்கு-றனோனு தோணுதுங்க"

5

24 மணி நேரங்களுக்கு முன்

அலுவலகத்தில் இருந்து அனைவரும் கிளம்பிவிட்டார்கள்.

விருந்துக்குப்பின் காலியான பாத்திரமாய் அலுவலகம். அதில் ஒட்-டிக் கொண்டிருக்கும் பருக்கை சாதமாய் நான்.

நாளை விடுப்புப்பத்திரம் வரும் என மனிதவளத்துறையிடம் இருந்து தகவல் வந்தது.

நான் காத்திருந்தது அதற்காக அல்ல. அவள் குறுந்தகவலுக்காக நான் தயார் என தகவல் வந்தது.

காரை எடுத்துக் கொண்டு வெளியே வந்தேன். காத்திருந்தாள் அவள்.

இதோ இந்த 8 மாத காலத்தில் முதல் முறையாய் என் காருக்குள் ஏறுகிறாள் அவள்.

அனாமிகா எனும் அழகுச்சிலை என் காருக்குள் அமர்ந்தது.

சாதாரணமாக 100ஐ தொடும் என் வண்டி அன்று 50ஐ கூட தாண்-டவில்லை. அவளுக்கு வேகம் பிடிக்காது.

சீட்பெல்ட் அணிந்து உட்கார்ந்து கொண்டிருந்தது அந்த சிட்டுக்கு-ருவி.

பேசத்துவங்கினாள்...

"இப்போதாங்க முதல் முறையா உங்க கார்ல வரேன். வீட்ல ஆனந்த் சாரோட ட்ரீட்டு . என்னோட பாஸ். கண்டிப்பா நான்

போகனும்னு கேட்டேன் அதான் ஒத்துக்கிட்டாங்க. எல்லாரும் வருவாங்-
கனு வேற பொய் சொல்லீட்டேன். கஷ்டமா இருக்குங்க.''

"விடு , இப்பவாவது நாம தனியா வெளிய போக உனக்கு தைரியம்
வந்துதே.

இன்னும் ஒரு நாள் தாண்டா இருக்கு. நாளைக்கு கடைசி நாள்டா''
சொல்லி முடிச்சும் போது கண்களில் நீர். இருவர்க்கும்.

வண்டியை நிறுத்தச் சொன்னாள். சாலை ஒரமாய் நிறுத்தினேன்.

சட்டென என் கைகளை பிடித்துக் கொண்டு என் தோள் மீது
சாய்ந்து கொண்டு உறங்கத் தொடங்கினாள்.

இனி இந்த உலகில் நான் எவனையும் மதிக்க மாட்டேன்

ஆர்ம்ஸ்ட்ராங் கூட நிலவில் காலைத்தான் வைத்தான்.

நானோ நிலவை என் தோளில் வைத்திருக்கிறேன்.

சற்று நேரம் உறங்கிய என் நிலவு விழித்துக் கொண்டது.

முதல் முறையாய் அவள் பார்வையில் ஓர் ஆசையைக் கண்டேன்

என் அருகில் இவ்வளவு நெருக்கமாய் அவள் வந்ததில்லை.

முதல் முறை முதல் முத்தம் பெறப் போகிறேன்...

அவள் உதடுக்கும் என் கன்னத்திற்கும் மில்லி மீட்டர் தூரம் தான்
இடைவெளி...

அதற்குள் ஹாரன் அடித்து கலைத்து விட்டான் பின்னால் ஓர் வண்-
டிக்காரன்.

இவர்களுக்குப் பெயர் தான் கடவுளின் தூதுவர்களோ???

வாழ்க்கையில் அனைத்தையும் அளந்து தான் வைத்திருக்கிறான்
ஆண்டவன்.

6

30 நாட்களுக்கு முன்

வழக்கமான அலுவலகம். வழக்கமான நாங்கள். வழக்கத்தை மாற்றப் போகும் நிகழ்வு.

நோட்டுக்கோடு என் அறையில் வந்து அமர்ந்தாள் அவள்.

"என்னாச்சுங்க?"

"ஜிஇசி ல இருந்து கால் வந்திருக்குடா ,அவங்க என்ன தேர்வு செஞ்சுட்டாங்களாம்.

வருஷத்துக்கு 12 லட்சம் சம்பளத்துக்கும் அவங்க ஒத்துக்கிட்டாங்க."

இரண்டு மாதத்திற்க்கு முன்பு ஜிஇசி சென்னைல நேர்காணலுக்கு போயிருந்தேன்.

சற்று கடினமான நேர்காணல் தான்.

ஆனாலும் எப்படியும் அவர்கள் என்னை தேர்வு செய்து விடுவார்கள் என்று தெரிந்தது. அதனால் தான் சம்பளத்தை அதிகமாக கேட்டு விட்டு வந்தேன்.

என்னை அங்கு போக வைத்தவளே அனாமிகா தான்.

நாம் பின்னர் பேசுவோம் இதைப் பற்றி.

"சரி அப்ப ரிசைன் பண்ணீடுங்க."

"வேண்டாம்னு தோணுது அனா...

நான் சுரேஷ் கிட்ட பேசுனேன் ஒரு ஆஃபர் இருக்குனு.

அவரு எம்.டி கிட்ட பேசி அதே சம்பளத்த இங்க வாங்கி தரேன்னு சொல்லிருக்காரு"

"இங்க எதுவுமே இல்லைங்க.

உங்க அறிவுக்கு நீங்க இங்க இருக்க வேண்டியவரே இல்ல.

இந்த மாதிரி வேலை நம்ம மேனேஜர்க்கு கூட கிடைக்காது. இந்த வயசுல இவ்வளவு நல்ல சம்பளம் , பதவி. யாருக்கு கிடைக்கும் இதெல்லாம்.??

பேசாம ஜி.இ.சி க்கு போங்க."

"இதெல்லாம் கிடைக்கும், ஆனா நீ•••

நீ இங்க தானே இருக்க•••"

கோபத்தில் சற்று குரல் உயர்த்தினாள்

"எனக்காகத்தான் இங்க வந்தீங்களா? இல்லைல.

வந்த எடத்துல என்னைப் பார்த்தீங்க அவ்ளோ தான்.

எனக்காக உங்க பத்து வருஷ கனவ வீணாக்காதீங்க.

உங்கள சரியா மதிக்காத இவங்க மத்தில நீங்க யாருனு காட்டுங்க.

எனக்கு அதுதான் வேணும். நீங்க மேல மேல போறது தான் எனக்கு வேணும்.

உங்க கூட வாழணும் விதி இருந்தா பாப்போம்.

ஆனா எனக்காக நீங்க எதையும் விட்டுக் கொடுக்க கூடாது"

அவளைப் போல் ஒருத்தி என் வாழ்வில் இருந்திருந்தாள் இந்த உலகின் மிகச்சிறந்த வெற்றியாளன் நானாகத்தான் இருந்திருப்பேன்.

அவளுக்காக இந்த உலகத்தையே புரட்டிப்போட நான் தயார் என்று அவளுக்கும் தெரியும். ஏனோ தெரியவில்லை

என்னை அவளுக்கான போராளியாய் மாற்ற அவள் தயாராய் இல்லை.

வார்த்தைகளை எல்லாம் மவுனமாக பார்வையில் பேசிக் கொண்டி-ருந்தேன்.

எல்லாம் புரிந்தவளாய் அவள்

"போங்க போய் லெட்டர கொடுங்க. அந்த ஆள் முகத்துல ஈ ஆடுரத நான் பாக்கணும்.

உங்கள மதிக்கமாட்டான்ல அவன்"

அவள் முதன் முதலாய் ஒருவரை அவன் என்று சொல்லியது அப்பொழுது தான்.

அந்த அவன் என் மேனேஜர் கௌதம். என் வேகத்தையும் விவே-கத்தையும் பார்த்து பயந்தவன் அவன்.

அவனுக்கு அடுத்த நிலையில் இருக்கும் எங்கே நான் அவனை தாண்டி விடுவேனோ என்ற பயத்தில் என்னை எப்பொழுதும் மட்டம் தட்டிக் கொண்டே இருப்பான்.

அவள் அவன் மீது வைத்திருந்த கோபம் அப்பொழுது எனக்கு புரிந்தது.

அவளை மீறி எதையும் செய்ய நான் துணிந்ததில்லை.

லெட்டரில் கையெழுதுப்போடும் போது என் கை நடுங்கியது.

வாழ்க்கையே நடு நடுங்கப்போகும் அறிகுறி அது.

7

2 வாரங்களுக்கு முன்

❦

விஜயதசமி — தசரா என்று வட மாநிலத்தவர்களால் அழைக்கப்படும் விழா. பத்துநாட்கள் கொண்டாடப்படும் விழா.

இன்றுதான் அந்த அழகிய நிகழ்வு நிகழ்ந்தது.

ஆறுமணிக்கு வீட்டுக்கு வந்தேன். ராபதாவை பாடிக் கொண்டிருந்-தது என் அழைபேசி.

"சொல்லுடா"

"வீட்டுக்கு பொயீட்டிங்களா?"

"ம்ம்.. இப்போ தான் வந்தேன்"

"எங்கயாவது வெளிய போரீங்களா?"

"இல்லடா, என்ன விஷயம்?"

"கோவிலுக்கு போகலாம்னு பாக்குறேன் வர்ரீங்களா?"

உலகத்தின் எட்டாவது அதிசயம் இங்கே நடந்து கொண்டிருகிறதோ எனத் தோன்றியது.

இவளா இப்படிப் பேசுகிறாள்? அவள் வீட்டுப் பக்கம் நான் நடந்-தாலே பயந்து நடுங்குவாள் அவளா இன்று என்னை கோவிலுக்கு அழைக்கிறாள்?

"சரிடா. எந்த கோவிலுக்கு. எத்தனை மணிக்குடா"

"6:30 க்கு , பாலாஜி மந்திர் வந்திருங்க"

"பாலாஜிக்கா ? கூட்டம் நெறைய இருக்குமே டா"

"அதனால தாங்க சொல்றேன் ,கூட்டம் இருந்தா தான் யாரவது பார்த்தா கூட எதேட்ச்சையா பாத்தோம்ணு சொல்லலாம்"

இவ்வளவு மாற்றங்கள் கொண்டு வந்து விட்டேனா இவளுள்?? எனக்காக திட்டம் எல்லாம் தீட்டுகிறாள். இறைவா எப்படியாவது தன் காதலை இவள் இல்லத்தில் சொல்லி விடும் தைரியத்தையும் இவளுக்கு கொடு

தயாரானேன் எங்கள் முதல் டேட்டிங்கிற்கு.

சரியான கூட்டம் பாலாஜி மந்திர் வெளியே. கார் நிறுத்த ஓர் இடம் கிடைத்து.

நான் செல்லவும் அவள் வரவும் நேரம் சரியாக இருந்தது.

பச்சை நிறச் சுடிதாரில் வந்திருந்தது அந்த பட்டாம் பூச்சி.

இனிமேல் தேவதைகள் பச்சை நிறத்தில் உலா வரலாம். அதற்கான முன்னோட்டமோ இது?

பசுமைச் சோலை ஒன்றின் உலா வைப் போல் வந்தாள் அவள்.

ராபதா சிணுங்கியது என் அழைபேசியில்.

"உன்ன பாத்துடேண்டா"என்றேன்

சற்று பட படப்போடு பேசினாள்

"அப்பாவோட வண்டி வெளிய நிக்கிறத பாத்தேன். அப்பா வந்து-ருக்காங்கனு நினைக்கிறேன். "

நானும் பட படப்பானேன்.

"என்னடா பண்றது அனா..."

"நீங்க எனக்கு ரெண்டு மூணு பேர் தள்ளி லைன்ல நில்லுங்க, அப்-பாவ பார்த்தா நான் சமாளிச்சுக்கிறேன்"

சொன்னது போல் என் இதயத்திற்கு இரண்டு அடி தள்ளி நின்றேன்.

அவள் என்னைப் பார்த்து புண்ணகைத்தாள். ஆண்டவனின் ஆசீர்-வாதம் கூட அங்குலம் அளவுக்கு சுறுங்கிப் போனது.

கடவுளின் கோவிலில் ஓர் கண்ணாடி மாளிகை.

அவள் அப்பாவை பார்த்து விட்டாள். சற்றும் யோசிக்காமல் அவர் அருகில் சென்று எதோ பேசினாள். அவரும் சிரித்து விட்டு சென்றார்.

அவர் வெளியேரும் வரை நின்றவள் ,சென்ற பின் என்னருகே வந்து நின்றாள்.

என்னாச்சு என்றேன்.

"ஒன்னும் இல்லை. சொல்லிருந்தா நானும் வந்திருப்பேன் அப்பானு சொன்னேன். திடீர்னு தோணுச்சு வந்தேன்னு சொன்னாங்க"

இருவரும் கோவிலுக்குள் சென்றோம். ஆண்டவன் கூட சற்று எங்-களை பொறாமையாய் பார்ப்பது போலத் தான் தோன்றியது.

கோவிலுக்கு வெளியில் இருவரும் அமர்ந்தோம். ஐந்து அங்குல இடைவெளி இருக்கும் இருவருக்கும்.

இருவரும் ஒரே நேரத்தில் சொல்லத் துவங்கினோம்..

"ஆடை அழகாக இருக்கிறது"என்று

வார்த்தைகளின் முடிவில் சிரித்தோம். அடிக்கடி நிகழக்கூடாதா இந்த நிகழ்வு.

கையில் ஒளித்து வைத்து இருந்த போர்ன் வில்லி சாக்லேட்டை என்கையில் திணித்தாள்

அதோடு மராட்டியர்கள் விஜயதசமி அன்று தரும் ஆல் இலையை தந்தாள்.

மராட்டியில் விஜயதசமி வாழ்த்துக்கள் என்று சொல்லிக் கொண்டு.

அவள் தந்த அந்த சாக்லேட்டை விட விட சுவை மிகுந்த ஓர் இனிப்பும்...

அவள் தந்த அந்த ஆலிலையை விட ஓர் விலை மதிப்பற்ற ஒன்று இந்த உலகத்தில் இல்லவே இல்லை

8

6 வாரங்களுக்கு முன்

இடம் ஜி.இ.சி நிறுவன அலுவலகம் சென்னை

நேர் காணலின் இறுதிச் சுற்று

"ஆனந்தன், நீங்க ஏன் மேற் படிப்பு படிக்கலை, உங்களுடைய வளர்ச்சி அதனால தடை படுமே "

"வளர்ச்சி தடைபட்டிருந்தா இன்னைக்கு உங்க முன்னாடி நான் இப்-படி உட்கார்ந்து பேசிக்கிட்டு இருந்திருக்க மாட்டேன்.

எனக்கு என் வளர்ச்சிக்கு என்ன தேவையோ அதை நான் சரியான நேரத்துல கத்துக்கிறேன் சார்"

"ஆனந்தன் நீங்க கேட்கும் சம்பளம் தான் இப்போ கேள்விக் குறி,

உங்க படிப்புத்தகுதி அதுக்கு தடையா இருக்கு, நாங்க மேலிடத்தை கலந்து ஆலோசிச்சு நல்ல பதிலா சொல்றோம்."

விடை பெற்றுக் கொண்டு வெளியே வந்தேன்.

என்னால் நம்பக் கூட முடியவில்லை.

என் எதிர்காலத்தின் அடுத்த கட்ட படியை எட்டி விட்டேன்.

நான் கேட்ட சம்பளம் ஜி.இ.சி க்கு பெரிதல்ல. எப்படியும் தந்து விடுவார்கள்.

இந்த வேலை எனக்குப் பெரிது. என் பொறியியல் வாழ்க்கையின் அடுத்த அத்தியாயம் தொடங்கப்பட்டுவிட்டது.

சந்தோஷத்தோடு அழைபேசியையெடுத்தேன்.

அதற்குள் ராபதா ஒலித்தது.

எடுத்தேன்.

"வாழ்த்துக்கள் "என்றாள்

அந்த அளவுக்கு புரிந்து வைத்து இருந்தாள் என்னை.

"சம்பளத்துக்கு இன்னும் ஒத்துக்கவில்லை அவர்கள்" என்றேன்

"உங்களை யாரும் வேண்டாம்னு சொல்ல மாட்டாங்க , வருவாங்க பாருங்க"

"எல்லாம் உன்னால தான்டா"

"நான் என்னங்க பண்ணுனேன், உங்க திறமை தான் அதுக்கு காரணம்"

அவள் என்னை விட்டுக் கொடுத்து நான் பார்த்த தில்லை... அதே போல்தான் நானும்....

இந்த வாய்ப்பு எனக்கு கிடைத்ததற்கு முழுக்க முழுக்க காரணம் அவள்தான்

ரோண்டா ப்ரைன் தன் சீக்ரெட் புத்தகத்தில் கூறுவது போல்

நம் எண்ணங்களே நமக்கான நிஜங்களை உருவாக்குகிறது.

நான் எப்படி ஆகவேண்டும் எனஅவள் எண்ணினாளோ அப்படி ஆவதற்கான சாத்தியக்கூறுகள் 99 சதவிகிதம் உருவாகிவிட்டது.

"நான் சொன்னா நம்ப மாட்ட ,சரி விடு"

"எப்போ கிளம்புறீங்க ?"

"டிக்கட் இரவுக்குத் தான் போட்டிருக்குப்பா, என்னாச்சு?"

"பார்க்கணும் போல இருக்கு"

என்றாள் ஏக்கத்துடன்.

"அவ்ளோ தானே... நாளைக்கு காலைல அங்க இருப்பேன்டா..."

" ஜி.இ.சி மேனேஜர் சீக்கிரம் வாங்க "

ஆம் .மேனேஜர்... அவள் என்னை மேனேஜராக பார்க்க விரும்பினாள்.

அதற்கு காரணம் ஹர்ஷத்.

ஹர்ஷத்தை பற்றி பின்பு பேசுவோம்.

"சரிப்பா சீக்கிரம் வந்துடரேன் ஆமா உனக்கு என்ன வேணும் சென்னைல இருந்து?"

"நீங்க வாங்க அது போதும்"

அவள் என்னிடம் எதையும் வேண்டுமென கேட்டதில்லை.

பேசிக் கொண்டிருக்கையில் பேருந்து ஒன்று நகர, அழைப்பை துண்-டித்து விட்டு பேருந்தை நோக்கி ஓடினேன்...

பேருந்து அருகில் இருந்த சிக்னலில் நின்றது. அந்த பேருந்து என் லட்சியக்கனவாக தோன்றியது. பேருந்தை பிடித்தால் இந்த வேலை உறு-தியாகும் என்று உள்ளுணர்வு உறுத்தியது.

300 அடிதூரத்தில் அந்த பேருந்து.

10 வினாடிகள் பச்சை விளக்கிற்கு.

ஓடினேன்.

10

9

8

7

6

5

4

3

2

1 ஆம் வினாடி பேருந்தில் நான்...

பாலாய் போன இந்த உள்ளுணர்வு

பேருந்து கிடைத்தால் வேலை என்பதற்கு பதில் அவள் கிடைத்தி-ருப்பாள் என யோசித்திருக்கக்கூடாதா????

9

3 நாட்களுக்கு முன்

அலுவலகம்,

சுரேஷும் கௌதமும் கஸ்டமர் விஸிட் காக சென்றிருந்தனர்.

விநாயகர் சதுர்த்தி சமயம் என்பதால் அதிகம் பேர் விடுமுறையில் இருந்தனர்.

யாரும் அதிகம் இல்லாததால் எங்களுக்கு பேச நேரம் கிடைத்தது.

வழக்கம் போல் நோட்புக்குடன் என் அருகே வந்துவிட்டாள்.

என்னையே பார்த்துக் கொண்டிருந்தாள்.

என்ன பார்த்துக்கிட்டே இருக்கே என்றேன்.

ஒன்றும் இல்லை என்பதை கிழக்கும் மேற்குமாய் தலை அசைத்துச்-சொன்னாள்

"தெரியுது சொல்லு"

"ஒன்னும் இல்லங்க..விழுந்த இடத்த பாக்குறேன் "

"விழுந்த இடமா?"

"ம்ம்ம் அந்த குழி...நீங்க சிரிச்சா உங்க கன்னத்துல விழுதே அந்த குழி."

பலமாக சிரித்தேன்.

"ரொம்ப சிரிக்காதீங்க. அப்பறம் ரொம்ப ஆழமா விழுந்துருவேன். நீங்க தான் தூக்கணும் பாருங்க"

"அதுக்கென்ன தூக்கிட்டா போச்சு, சரி வேற என்னலாம் பிடிக்கும்"

எனக்கா... என சிணுங்கிக்கொண்டே சொன்னாள்

" உங்க க்யூட் ஸ்மைல்,

அப்புறம் நீங்க கோபப்படமாட்டிங்க ,

எதையும் தெளிவா புரிய வைப்பீங்க

ரொம்ப வேகமா செயல்படுவீங்க.

ரொம்ப அன்பா இருப்பீங்க

நீங்க மத்த பசங்க மாதிரி பொண்ணுங்க கிட்ட வழிய மாட்டிங்க

சொல்லப்போனா எல்லாப் பொண்ணுங்களுக்கும் உங்கள பிடிக்கும்

ஈகோ கொஞ்சம் கூட வச்சுக்க மாட்டிங்க

நான் கோபப்பட்டு பேசுனாலும் நீங்களே வந்து என்னை சிரிக்க
வைப்பீங்க

அடிக்கடி நான் எங்க அப்பாவ உங்க கிட்ட பாக்குறேன்.."

அடுக்கு மாடியாய் அடிக்கிக் கொண்டே பேசினாள்.

போதும் என நிறுத்தினேன்

என்னிடம் கேட்டாள்,

"உங்களுக்கு எங்கிட்ட என்ன பிடிக்கும் ? சொல்லுங்க பாப்போம்

ம்ம்ம் இன்னொன்னு மறந்துட்டேன்

நீங்க இதுவரைக்கும் என்ன தொட்டது கூட கெடயாது. பிறந்த
நாளுக்கு வாழ்த்து சொல்லும்போது கூட நீங்க கைகுலுக்கல"

உண்மைதான் இது வரை அவள் மீது என் விரல் கூட தொட்டது
கிடையாது. என்னதான் அவள் என்னைக் காதலித்தாலும் மணம் முடிக்-
கும் வரை மாற்றான் தோட்டத்து மல்லிகை தான் அவள்.

அவள் என்ன பிடிக்கும் எனக்கேட்ட உடன் நான் யோசித்தேன்
எனக்கு தெரியவில்லை

அவளைப் பிடிக்கும் அவ்வளவுதான் தெரியும். தெளிவாகச் சொன்-
னேன் அவளிடம்

"எனக்கு குறிப்பிட்டுச் சொல்லத் தெரியலப்பா. எனக்கு உன்னப்
பிடிக்கும் அவ்ளோதாண்டா"

அன்பாக ஓர் பார்வை பார்த்தாள். ஆயிரம் நிலவுகள் அவள் பார்-
வையில்.

அவள் கேட்ட பின்பு தான் யோசித்தேன். அவளிடம் என்ன பிடிக்-
கும்??

ஏன் அவளை காதலித்தேன்?

சொல்லப் போனால் எங்கள் அலைவரிசை கூட ஒத்துப்போனதில்லை

நான் முயல் அவள் ஆமை

நான் ராஜசம் அவள் சாத்வீகம்

நானோ சத்ரியன் அவளோ ப்ராமணப்பெண்

நான் சோழ நாட்டு தமிழன் அவள் மராட்டியத்து மங்கை

எங்கே ஒத்துப்போனதோ ? எப்படி இருவருக்கும் பிடித்துப் போனதோ?

ஆனால் இருவருக்கும் இடையே ஆன காதல் ஒரே அளவானது, அந்த அளவு எண்ணில் அடங்காதது.

அவன் மட்டும் அன்று வராமல் இருந்திருந்தால்

நாங்கள் இன்று இப்படி காதலை மழையை மாறி மாறி பொழிந்து கொண்டிருக்க மாட்டோம்.

10

28 நாட்களுக்கு முன்

அது ஒரு ஞாயிற்றுக்கிழமை, காலை வழக்கம் போல் மீன் வாங்க சந்-
தைக்கு போய்க்கொண்டிருந்தேன்

ராபதா அழைத்தது...

"சொல்லு அனாமிகா"

"இன்னைக்கு என்னை பொண்ணு பார்க்க வர்ராங்க. நீங்க நினைக்-
கிற மாதிரி என் மனசுல எதுவும் இல்ல.

இருந்தாலும் அது என் தப்பு தான். நீங்க எதையும் மனசுல வளர்த்-
துக்காதீங்க .

அத சொல்லத்தான் நான் உங்களுக்கு கால் பண்ணுனேன்"

" புரியுது அனாமிகா. நான் உன்னை வற்புறுத்தலை.

நாம பேசுனது , ரெண்டு பேருக்கும் இடையில இந்த ஒரு மாசமா
நடந்தது எல்லாம் மறந்துடு.

ஆனந்த் உன் வாழ்க்கைல ஒரு நல்ல பாஸ் அவ்ளோதான்.

போ. மனசுல உள்ள எல்லாத்தையும் அழிச்சுட்டு புதுசா போய்
அந்த பையன பாரு.

உங்க அப்பா அம்மாவை மனசுல வச்சுக்கோ. உன் கல்யாணமும்
உன்னோட அக்கா கல்யாணமும் ஒண்ணா நடந்தா அவங்க எவ்வளவு
சந்தோஷப்படுவாங்க.

போ அனாமிகா உங்க அப்பா கனவை நனவாக்கு.

இந்த வயசுல இதெல்லாம் ஒன்னும் இல்ல. நாலு வருஷம் கழிச்சுப் பார்த்தால் எல்லாமே சிரிப்பா இருக்கும்..

அதில்லாம நான் தானே உன்னைக் கேட்டுக்கிட்டே இருக்கேன். நீ விரும்புறேன்னு சொல்லலையே.

இதெல்லாம் சின்ன விஷயம் தான்.

இனிமே நான் உனக்கு ஃபோன் பண்ண மாட்டேன்.

வாழ்த்துக்கள் அனாமிகா எல்லாமே நல்ல படியா நடக்கும்."

" என்னை மன்னிச்சுருங்க

கடைசியா உங்க கிட்ட ஒன்னு சொல்லனும்ன்னு தோணுது.

எனக்கு உங்களை பிடிசுருக்கு."

சொல்லிவிட்டு தேம்பி தேம்பி அழுதாள்.

கண்ணீருடன் அழைப்பைத் துண்டித்தாள்.

அவளிடம் பேசிய துக்கத்தில் வஞ்சிரத்திற்கு பதில் இரால் வாங்கி விட்டேன்.

தத்துவத்தை நினைத்து சிரித்துக் கொண்டேன்.

நமக்கு என்ன எழுதிருக்கோ அது தான் நமக்கு.

வாங்கிய இரால் அடுப்பில் இருக்க... மீண்டும் ராபதா சிணுங்கியது.

சற்று தயக்கத்தோடு தான் எடுத்தேன்.

அவள் தான் மறுமுனையில்.

"சொல்லு அனாமிகா..."

அழுதாள்... அழுதுகொண்டே இருந்தாள்....

இவளுக்கு அழச்சொல்லிக்கொடுத்தவர் யாரோ.

அழுகையைத்தவிர அதிகமாய் அவள் எதையும் பேச மறுக்கிறாள்.

"அழாத அனாமிகா... பேசு..."

தேம்பி தேம்பி பேசத் துவங்கினாள்

"என்னை பொண்ணு பார்த்துட்டு போயிருக்காங்க"

"என்னாச்சு? எல்லாம் நல்ல படியா முடிஞ்சசுதா? மாப்பிள்ளை யாரு என்ன பண்றாரு?

" வந்தவர் பேரு ஹர்ஷல். மும்பைல சி.ஜி. ல மேனேஜர். எம்.பி.ஏ. பண்ணிருக்காரு. மாசம் தொண்ணூறு ஆயிரம் சம்பளம்.

வீட்டுல பொண்ணு பாத்துட்டு போனாங்க. புடிச்சுருக்காணு கேட்-டாங்க . நான் தலை ஆட்டினேன். ரொம்ப மெச்சூர்டா பேசுனாரு.

என்னால அதிகமா பேச முடியல.

சீக்கிரம் தேதி பாத்துட்டு சொல்றேன்னு சொன்னாங்க"

" ரொம்ப சந்தோஷம். பாரு ரொம்ப நல்ல இடம். நல்ல மெச்சூர்டு வேற சொல்லுற. உன் நல்ல மனசுக்கு எல்லாமே நல்ல படியாத்தான் நடக்கும். அப்புறம் ஏன் அழற?"

" அதுக்கப்புறம் அவர் என்னத்தனியா பாத்து பேசனும்னு சொன்னாராம். அப்பாதான் கூட்டிக்கிட்டு போனாங்க. உங்க வீட்டுக்கு பின்னாடி இருக்குற படேல் ரெஸ்டாரென்டுக்கு.

அப்பா எங்களை பேசச்சொல்லிட்டு வெளியே இருந்தாங்க.

என்னைபார்த்து அவர் கேட்டாரு

உண்மைலயே எனக்கு அவர பிடிசிருக்காலு?

என்னால பதில் சொல்ல முடியால

அத பார்த்துட்டு அவர் பேசுனாரு.

"உன்னை பார்த்த உடனே தெரிஞ்சுது. நீ உன் பெற்றோர் வற்புருத்-தல் காரணமா தான் சரி சொல்லிருக்கனு.

இது வாழ்க்கைய தேர்ந்து எடுக்கிற விஷயம். பெற்றோர் தப்பு பண்-ணுவாங்கனு சொல்லல. ஆனா வாழப்போற உனக்கு சம்மதமா இருக்க-ணும்.

"உடனே நான் சொன்னேன் அதெல்லாம் ஒன்னும் இல்ல எனக்கு பிடிச்சுருக்குனு.

அதுக்கு அவர்.

" எங்க அத என் கண்ண பாத்து சொல்லுனு சொன்னார்."

என்னால அவர் கண்ண பார்க்க கூட முடியல. அங்கயே அழுதுட்-டேன்.

உடனே அவர்

"அழுகாத அனாமிகா, வாழ்க்கைய உனக்கு பிடிச்ச மாதிரி வாழ பழகிக்கோ.

பெத்தவங்கள பார்த்து பயப்படாத. இந்த விஷயத்த நான் பாத்துகி-றேன். உங்க அப்பா கிட்ட நான் உன் கிட்ட பொதுவா பேசுனேன்னு சொல்லு போதும். நான் தட்டிக் கழிச்சுக்கிறேன். "

அவர் அதுக்கு மேல எதுவும் பேசல. நானும் வீட்டுக்கு வந்துட்-டேன்."

நடந்தவற்றை ஒன்று விடாமல் கூறி முடித்தாள்

"அனாமிகா. முடிஞ்சா அவர் கிட்ட பேசு. அவர விட்டுடாதே அவர் உன்ன நல்ல படியா பாத்துக்குவார்'

வேகமாக அழத்துவங்கினாள்.

"ஏன் அழற அனாமிகா?"

கண்ணீரோடு சற்று ஓங்கிய குரலில் கத்தியவாறு பேசினாள்

" இன்னுமா….. உங்களுக்கு புரியலை.

என் மனசு முழுக்க நீங்க தான் இருக்கீங்க.

நான் உங்கள விரும்புறேன்.

நான் உங்களை கா த லி க் கி றே ன்ன்ன்ன்ன்…."

11

32 நாட்களுக்கு முன்

அனாமிகாவின் நடவடிக்கைகளில் சில பல மாற்றங்களை உணர்ந்தேன்

"முன்பு போல அவள் சாதாரணமாக இருப்பதில்லை.

நான் கவனிக்கவில்லை என நினைத்துக் கொண்டு அவள் என்னை பார்த்துக் கொண்டு இருக்கிறாள்.

அவள் பெயரைச் சொன்னால் போதும் உடனே ஓடி வருகிறாள்.

யாராவது என் பெயர் சொன்னால் உடனே தலை திருப்புகிறாள் இதைவிட மேலாய்.

அவள் இப்பொழுதெல்லாம் என்னை சார் என்று அழைப்பதில்லை.

சொல்லுங்க வாங்க போங்க சரிங்க செய்ரேங்க என்று தான் பேசுகி-றாள்.

ஏதோ அவள் என்னிடம் மிக அருகில் நெருங்குவதாக உணர்கி-றேன்.

அவள் என் ட்ரெய்னீ... நான் அவள் பாஸ்...

இந்த இருவருக்கும் ஆன இடைவெளி குறைந்து விட்டது.

இந்த இடைவெளி குறைந்து விட்டால்

என்னால் சொல்லித்தர முடியாது

அவளால் கற்றுக்கொள்ள முடியாது.

இதை நிறுத்த வேண்டும். மாலை அவளிடம் பேசினேன்.

"அனமிகா ஒரு சின்ன வேண்டுகோள்...

தப்பா எடுதுக்காத....

இனிமேல் நீ என்ன ஆனந்த் சார்னே கூப்பிடுமா. இந்த வாங்க போங்கலாம் வேண்டாம்.

நான் உன்ன தப்பு சொல்லல..

நீ ஃப்ரென்ட்லியா தான் பேசுர

ஆனா நமக்குள்ள ஒரு சரியான இடைவெளி இருக்கணும்.

இல்லைனா

என்னால சரியா கற்றுத்தர முடியாது...

உன்னால சரியா கற்றுக்கொள்ள முடியாது..

நீ புரிஞ்சுக்குவனு நினைக்கிறேன்."

"எனக்குப் புரியுது சார்." என சொல்லி சிரித்துக்கொண்டே சென்-றாள்.

எங்கே அவள் தப்பாக எடுத்துக் கொள்வாளோ என பயந்து கொண்-டிருந்தேன்.

ஆனால் அவள் அதை சாதரணமாக எடுத்துக் கொண்டாள்.

அதன் அர்த்தம் அடுத்த ஓர் இரு நாட்களில் புரிந்தது.

மீண்டும் தன் வாங்க போங்க படலத்தை ஆரம்பித்தாள்.

ஆனால் பாலாய்போன என் மனது உடனே அதை தடுக்க மறுத்து-விட்டது.

அவள் அப்படி கூப்பிட கூப்பிட எனக்குப் பிடிக்கத் துவங்கியது.

ஒரு வாரம் வரை விட்டு விட்டேன். பின் ஒரு நாள். அவளிடம் நேரடியாக கேட்டு விட்டேன்.

"அனாமிகா உன் மனதில் என்னதான் நினைத்துக் கொண்டிருகி-றாய்.

உன்னிடம் ஏற்கனவே சொல்லி விட்டேன். இப்படில்லாம் பேசாதனு. ஏன் இப்படி பேசுற?"

அங்கு எதிர் பாராத திருப்பு முனை நடந்தது.

சட்டென கோபப்பட்டாள்

"உங்களுக்கு என்ன ப்ரச்சனை? நான் எப்படி பேசுனா உங்களுக்கு என்ன?

என் மனசுல எதுவும் இல்ல.

என்னால அப்படில்லாம் நெனைக்கவும் முடியாது.

திரும்ப திரும்ப கேக்குறீங்களே... உங்க மனசுல என்ன இருக்கு????"

என்னால் எதையும் புரிந்து கொள்ள முடியவில்லை.

நிலைமை மோசமாவதை உணர்ந்த நான் உடனே அவளை சமாதா னப் படுத்தினேன்.

"அப்படில்லாம் ஒன்னும் என் மனசுல இல்ல. ப்ரச்சனை ஆகக் கூடாதேனு பாக்குறேன். அவ்ளோதான்"

"நீங்க அப்படில்லாம் நினைக்கலைல. அப்ப விடுங்க"

அத்தோடு ப்ரச்சனையும் முடிந்தது. அன்றைய அலுவலகமும் முடிந்தது.

அறைக்கு வந்த நான். சற்று குழப்பத்தில் குழம்பினேன்.

அவள் ஏதோ பொடி வைத்துப் பேசுவது போல் இருந்தது.

அதையெல்லாம் விட அலுவலகத்தில் என்னிடம் இவ்வளவு தைரி யமாக உரிமயுடன் சண்டையிட்டவர் யாரும் கிடையாது.

அனைவரும் என் கண்களை பார்த்தாலே பயப்படுவர்.

ஆனால் அவளோ... உரிமை எடுத்து சண்டை போடுகிறாள். குழப் பங்கள் கண்ணைக் குழப்ப. தாகத்திற்கு தண்ணீர் குடிக்க ஃப்ரிட்ஜை திறந்தேன்.

உள்ளே...

நேற்று வாங்கி வைத்து இருந்த கோல்ட் பீர் என்னை குடிடா என்று சொல்வது போல் என்னைப் பார்த்தது.

குழப்பங்கள் தீர கோல்ட் தீர்த்தத்தை உள்ளே செலுத்தினேன்.

● *குடிகுடியைக்கெடுக்கும். குடிப்பழக்கம்நாட்டுக்கும்வீட்டுக்கும்கேடு*

கோல்ட் போனது தான் மிச்சம். குழப்பங்கள் வேகமாக குழம்பத் துவங்கின.

கௌதம் என்னுடைய பாஸ். அவனே என்னிடம் சண்டை போட பயந்து கொண்டு பேச மாட்டான். ஆனால் இவள்.

யார் இவ்வளவு தைரியம் இவளுக்கு கொடுத்தது?

நான் தான்.

ஏன் கொடுத்தேன்?

அவள் பேசுவது எனக்கும் பிடித்திருகிறதால்.

ஏன் பிடித்திருக்கிறது?

ஏனென்றால்

ஏன் ஏன்றால்

எனக்கு அவளைப் பிடித்திருக்கிறது.

உடனே அழைபேசியை எடுத்தேன்

அனாமிகாவை அழைத்தேன்.

பெறுமுனையில் அவள் தான்.

"அனாமிகா. நீ என்னிடம் கேட்டாய் அல்லவா என் மனதில் என்ன இருக்கிறது என்று. நான் ஏதும் இல்லை என்றேன்.

அது பொய்.

என் மனதில் நீ தான் இருக்கிறாய்."

12

100 நாட்களுக்கு முன்

காலை அலுவலகம் வந்தேன்.

அனாமிகா என் புதிய ட்ரைனீ.

"வாம்மா. ஹார்ட்டுவேர்ல விருப்பம் இருக்கா?"

"இருக்கு சார்" என்றாள்

"சரி. எல்லாம் இங்க புதுசா தான் இருக்கும். தப்பு செஞ்சாலும் பயப்படாதே. தைரியமா பேசணும் புரியுதா?"

"சரிங்க சார்"

"நான் எப்பவுமே மர்ஃபிஸ் லா தான் பின் பற்றுவேன். உனக்கு மர்ஃபிஸ் லா தெரியுமா?"

திரு திரு வென முழித்தாள்.

நான் சிரித்துக் கொண்டே சொன்னேன்

'பரவாயில்லை. சொல்லித்தரேன் தெரிஞ்சுக்கோ

'எங்க தப்பு நடக்காதுணு நாம புறக்கணிக்கிறோமோ அங்க தான் தப்பு நடக்கும்.

அதனால் தப்பு பண்ணு. ஆனா அத திரும்ப பண்ணாதே. புதுசு புதுசா தவறுகள் பண்ணனும். புரியுதா?"

சற்று ஆச்சர்யமாக கேட்டாள்

"சார். பொதுவா தப்பு பண்ணக்கூடாதுனு தானே சார் சொல்வாங்க. ஆனா நீங்க தப்பு பண்ணுனு சொல்றீங்களே சார்."

"நீ பண்ற தப்ப சரி பண்ணத்தானே நான் இருக்கேன்.

இந்த உலகத்துல இருக்குற எல்லாமே தப்பு பண்ணினதால கெடச்சது தான்.

தப்ப திருப்பி பண்றவன் முட்டாள்

அதே தப்ப திருத்தி பண்றவன் அறிவாளி.

பாலைதய நீயே தேர்ந்து எடுத்துக்கோ"

அசைன்மென்ட் கொடுக்க காலையில் ஒரு முறை என் மேஜைக்கு அழைப்பேன்.

வந்து நின்று கொண்டு இருப்பாள். உட்காரச் சொல்வேன்.

"பரவாய் இல்லை சார்" என்பாள்.

"அனைவரும் உலகத்தில் சமம் தான். உட்காரு என்பேன். பின்பு தான் உட்காருவாள்.

அசைன்மென்ட் கொடுத்த பின் மாலை தான் முடிவுகளைத் தெரிந்து கொள்ள அழைப்பேன்.

சுதந்திரம் கொடுத்தால் மட்டுமே ஒருவரால் தன் வேலையை தெளி-வாகச் செய்ய முடியும்.

அவளோடு பணி புரியும் போது சரியான இடைவெளியில் தான் நிற்-பேன். ஒரு போதும் அவளை நெருங்கி நின்றது கிடையாது. பேசும் போதும் தவறான வார்த்தைகளை உபயோகப்படுத்தியது கிடையாது.

இரட்டை அர்த்தம் கூறி பேச மாட்டேன். அவள் பெண். அவளுக்-கான சம உரிமையை எப்பொழுதும் அளித்திருக்கிறேன். இப்படித்தான் நகர்ந்தது இன்று முதல் நூறு நாட்கள்.

13

நேற்று

‍மதியம் மூன்று மணி.

சுரேஷ் என் மேஜைக்கு வந்து இருந்தார்.

"டாடா, பஜாஜ் சாம்பில்ஸ் லாம் இன்னும் ஒரு மாசத்துல தயார் ஆயிடுமா?"

" கொஞ்சம் டைம் எடுக்கும் சார். ஏற்கனவே மஹிந்த்ரா , ஃபோர்-டுலாம் போய்கிட்டு இருக்கு."

"ஏன் ஆள் இல்லையா?"

"ரெண்டு பேர் இருக்காங்க. கௌதம் டிம்ல. அவங்கள வச்சு தான் பாத்துக்குறேன்."

"சரி. உனக்கு ஒரு ட்ரைனீ தரேன். ஒரு பொண்ணு இருக்கா. நாளைக்கு வரச் சொல்லட்டுமா?"

சற்று நேரம் யோசித்தவன்

"சரி" என்றேன்.

வேண்டாம் எனச்சொல்லி இருக்கலாம்.

சொல்லியிருந்தால்

இப்படி ஓர் அழகான காதல் - பிறந்து.. வளர்ந்து...,

அனாமிகா கதைக்குள் அடங்கி போய் அழிந்திருக்காது.

-முற்றும்